ടൂൾ ബോക്സ്

toolbox
poems
•
v k t vinu
•
first edition
may 2018
•
typesetting & published
chintha publishers, thiruvananthapuram
•
cover
ambish
•
illustrations
murali viritharayil, rajesh chirappadu

വിതരണം
ദേശാഭിമാനി ബുക്ക് ഹൗസ്
H O തിരുവനന്തപുരം-695 035
phone: 0471-2303026, 6063026
www.chinthapublishers.com
chinthapublishers@gmail.com

ബ്രാഞ്ചുകൾ
ഹെഡ്ഡാഫീസ് ബ്രാഞ്ച് കുന്നുകുഴി • സ്റ്റാച്യു തിരുവനന്തപുരം • കെ എസ് ആർ ടി സി ബസ് സ്റ്റേഷൻ ആലപ്പുഴ • കെ എസ് ആർ ടി സി ബസ് സ്റ്റേഷൻ എറണാകുളം • ഐ ജി റോഡ് കോഴിക്കോട് • മാവൂർ റോഡ് കോഴിക്കോട് • എൻ ജി ഒ യൂണിയൻ ബിൽഡിങ് കണ്ണൂർ • സെൻട്രൽ ബസ് ടെർമിനൽ കോംപ്ലക്സ് താവക്കര കണ്ണൂർ

CO - 2683 / 4649
ISBN - 978-93-87842-32-8

ടൂൾബോക്സ്

കവിതകൾ

വി കെ ടി വിനു

ചിന്ത പബ്ലിഷേഴ്സ്
തിരുവനന്തപുരം-695 035

വി കെ ടി വിനു

മലപ്പുറം ജില്ലയിലെ കുറ്റിപ്പുറത്തിനടുത്ത് പേരശ്ശന്നൂർ ഗ്രാമത്തിൽ കെ പമേശ്വരൻ നായരുടെയും വയ്യാവിനാട്ട് കിഴക്കേപ്പൊട്ട് ലക്ഷ്മിക്കുട്ടി കോവിലിന്റെയും മകനായി 1972 ൽ ജനനം. വ്യോമസേനയിൽ ഉദ്യോഗസ്ഥനായിരുന്നു. ഇപ്പോൾ പോസ്റ്റൽ അസിസ്റ്റന്റായി തപാൽ വകുപ്പിൽ സേവനം അനുഷ്ഠിക്കുന്നു.

നിള കവിത പുരസ്കാരം, 2015 ൽ NFPE സംസ്ഥാന തലത്തിൽ നടത്തിയ കവിതാ രചന മത്സരത്തിൽ ഒന്നാം സ്ഥാനം എന്നിവ ലഭിച്ചിട്ടുണ്ട്.

ടൂൾ ബോക്സ് ആദ്യ കവിതാ സമാഹാരമാണ്.

ഭാര്യ : ജ്യോതി ടി കെ

മക്കൾ : അർജുൻ വിനോദ്, ആകാശ് വിനോദ്

വിലാസം : ശ്രീപദം (ഒ), പേരശ്ശന്നൂർ പി ഒ
കുറ്റിപ്പുറം 679 571

Mob : 9496497544

email : vinuperassanur@gmail.com

ഉള്ളടക്കം

വെന്തു നീറുമീ
കവിഹൃദയത്തിൽ
കടും ചോരപോലിറ്റും
വരികൾ നിനക്കായി...

പ്രസാധകക്കുറിപ്പ്

നമ്മുടെ നിത്യ ജീവിതത്തിന്റെ ഭാഗമായ ഉപകരണങ്ങളെ കാവ്യഭംഗിയുള്ളതാക്കി മാറ്റുകയാണ് വി കെ ടി വിനു. ചെറിയ വാക്കുകൾകൊണ്ട് ദാർശനികവും സൗന്ദര്യശാസ്ത്രപരവുമായ ഒരനുഭവമണ്ഡലം തുറന്നിടുന്ന കവിതകളാണ് *ടൂൾബോക്സി*ലുള്ളത്. 'കത്തി' എന്ന കവിത നോക്കുക:

'കുത്തിക്കേറുന്നത്
ഞാനാണെങ്കിലും
കുത്തുന്നത് നീ തന്നെ
ഇന്നും!'

ഈ വിധം കവിതയുടെ ശക്തി സൗന്ദര്യങ്ങൾ അനുഭവിക്കുന്ന ഈ സമാഹാരം പ്രസിദ്ധീകരിക്കുന്നതിൽ ഞങ്ങൾക്ക് സന്തോഷമുണ്ട്.

ചിന്ത പബ്ലിഷേഴ്സ്

സമർപ്പണം

നെമ്പരങ്ങളുടെ അവശേഷിപ്പുകൾ
ബാക്കിവെച്ച് നടന്നകന്ന
അച്ഛന്...
ഇനിയും മരിക്കാത്ത പ്രണയത്തിന്...

ആമുഖം

അശരണരും നിരാലംബരും അസംഘടിതരും ആയി എത്രയോ പേർ ഈ ഭൂമിയിൽ വസിക്കുന്നു. ജീവിതയാത്രയിൽ പലപ്പോഴും നാമവയെ കാണുകയും പിന്നീട് മറന്നു പോവുകയുമാണ് പതിവ്. ജീവിതത്തിൽ എല്ലായ്പ്പോഴും ഒറ്റയ്ക്കാവുന്നവരാണ് അവർ. സുസംഘടിതർ അല്ലാത്തതുകൊണ്ട് ആരുമറിയാതെ ജീവിതപന്ഥാവിൽ ഒരവശേഷിപ്പുകളും ബാക്കിവെക്കാതെ നടന്നു മറയുന്നവർ...

ടൂൾസിനെ (ഉപകരണങ്ങളെ)ക്കുറിച്ച് കവിത എഴുതാൻ എന്നെ പ്രേരിപ്പിച്ചതും അതുതന്നെയാണ്. ദൈനംദിന ജീവിതത്തിൽ ആയാസരഹിതമായി പ്രവൃത്തികൾ ചെയ്യാൻ നാം പലതരം ഉപകരണങ്ങൾ (ടൂൾസ്) ഉപയോഗിക്കുന്നു. ആവശ്യം കഴിഞ്ഞാൽ സൗകര്യപൂർവ്വം നാമവയെ മറക്കുന്നു. ഒഴിഞ്ഞ ഏതെങ്കിലും കോണിലേക്ക് അലസമായി വലിച്ചെറിയുന്നു. അടുത്ത ആവശ്യം വരുംവരെ!

ജീവിതത്തിലും നമ്മിൽ ചിലരെങ്കിലും അങ്ങനെ തന്നെയല്ലേ? മറ്റുള്ളവരുടെ ഉപകരണങ്ങളായി മാറുകയും പിന്നീട് ഉപേക്ഷിക്കപ്പെടുകയും ചെയ്യുന്നവർ! അതെ, ജീവിതം ഒരു ടൂൾബോക്സാണ്. വിവിധ തരത്തിലുള്ള ഉപകരണങ്ങൾ നിറഞ്ഞ ഒരു വലിയ ടൂൾബോക്സ്.

വി കെ ടി വിനു, പേരശ്ശന്നൂർ

മാറുന്ന കാലം മായാത്ത ഓർമ്മകൾ

ഓർമ്മകളുടെ പെട്ടിയാണ് കവി വിനു കൊണ്ടുനടക്കുന്നത്. കാലങ്ങളാണ് ഇതിൽ തുടിച്ചു നില്ക്കുന്നത്. അനുഭവകാലങ്ങളുടെ രൂപഭാവ പരിണാമങ്ങൾ ഇവിടെ അനുഭാവപൂർവ്വം കണ്ടെത്തേണ്ടതുണ്ട്. വ്യക്തിക്കും സമൂഹത്തിനും കാലദേശങ്ങളിലൂടെ വന്ന മാറ്റങ്ങൾ അടയാളപ്പെടുത്തുന്നു; ക്രിയോപകരണങ്ങളുടെ ചലന നിശ്ചലതകളിലൂടെ. കാർഷികകാലങ്ങളെയും, കൈത്തൊഴിൽകാലങ്ങളെയും നിഴൽനാടകം പോലെ അവതരിപ്പിക്കുന്ന വിനുവിന്റെ കാവ്യോപകരണങ്ങൾ ശരീരമനസ്സുകളുടെ ഉപജീവനവും അതിജീവനവും എന്തായിത്തീർന്നിരിക്കുന്നുവെന്ന് നമ്മെ ചിന്തിപ്പിക്കുന്നു. മാഞ്ഞുമറയാൻ വിധിക്കപ്പെട്ട ഒരു ജനസംസ്കൃതിയുടെ ഭൂതകാലങ്ങളെ ഏതാനും ചിഹ്നചിത്രങ്ങളിലൂടെ ചെറുമനസ്സായി നിന്നുകൊണ്ട് അവതരിപ്പിക്കുമ്പോഴും അവയിലൂടെ പുലർന്ന മഹാജീവിതനിമിഷങ്ങളുടെ വലിപ്പത്തെയാണ് കവി കാട്ടിത്തരുന്നത്. ശാസ്ത്രീയവും യന്ത്രപരവും വ്യാവസായികവുമായ വെപ്രാള മുന്നേറ്റങ്ങൾക്കിടയിലും തന്റെ വംശത്തിന്റെ, നാടിന്റെ, പഴമയുടെ പെട്ടി കൈമോശം വന്നിട്ടില്ലാത്ത ഒരു കവിയുടെ ആത്മാർത്ഥ പ്രതികരണങ്ങളാണ് വിനുവിന്റെ *ടൂൾ ബോക്സി*ലുള്ളത്. ചെറുചെറുതോന്നലുകളുടെ ചിമിഴാണ് ഓരോ കവിതയും. ചെറുതത്രെ സുന്ദരം. കൈമോശം വന്ന ജിവിതത്തെ വെട്ടിപ്പിടിക്കാനോ അതിജീവിക്കാനോ, ഉള്ളതിനേക്കാൾ കൂടുതൽ പിടിച്ചടക്കാനോ ഉള്ള പാച്ചിലിനിടയിൽ സ്വന്തം ആത്മാവിനെ മറന്ന മനുഷ്യർക്ക് കവിത അപ്പോഴെങ്കിലും ഒരു തിരിഞ്ഞുനോട്ടത്തിന് ഉപകരിക്കുമെങ്കിൽ ഇത്തരം ആത്മമന്ത്രങ്ങളാവും ഉചിതം. ഇവിടെ ഉപകരണപ്പെട്ടിയിലെ ഓരോ കരണങ്ങളെയും യഥാതഥചിത്രകാരനെപ്പോലെ വിവരിക്കുകയല്ല, ഓരോന്നിനെക്കുറിച്ചുമുള്ള പ്രതികരണ

നിമിഷങ്ങളെ കൊത്തിവെക്കുകയാണ് കവി. പഴയ മനുഷ്യൻ, പഴയ വാക്ക്, പഴയ ഉപകരണങ്ങൾ - എന്താണ് ഇവയുടെ സമകാലിക മൂല്യം എന്നന്വേഷിക്കുകയാണ്, നെടുവീർപ്പിടുകയാണ് കവി. അവയിൽ പല തിനെയും പുനരാനയിക്കാനോ പ്രത്യാനയിക്കാനോ വയ്യാത്തവിധം മാറി പ്പോയ ലോകത്തിൽ അവയ്ക്ക് സ്വാന്തപ്രേരിതമായ പ്രതിഷ്ഠ നല്കുന്നു, കവി.

പണ്ടുപണ്ടുള്ള വിത്തുകളെല്ലാമേ/കണ്ടാലുമറിയാതെ മറഞ്ഞു പോയ് കൃഷിനിലങ്ങളില്ലാതായിക്കൊണ്ടിരിക്കുന്നു. പഴയ ഉപകരണങ്ങളും ഇല്ലാതാവുന്നു. ഓരോ ഉപകരണവും അതുമായി ബന്ധപ്പെട്ട തൊഴിലുകളും മറഞ്ഞുപോകുമ്പോൾ അവയെക്കുറിച്ചിരുന്ന വാക്കുകളും മറഞ്ഞുപോകുന്നു. ഒരു ഭാഷ ദരിദ്രമാവുന്നു. പുതിയ കണ്ടെത്തലുകൾ പുതിയ ഭാഷയായി വരുന്നു. വ്യവസായീകരണത്തിൽ മനുഷ്യന്റെ കൈകൾക്ക് യോഗ്യത കുറയുന്നു. പഴയ കൈക്കോട്ടുമായി വ്യവസായ മുന്നേറ്റത്തിന്റെ മുമ്പിൽ നിലയുറപ്പിക്കാനാവില്ല. അനിവാര്യമായ ഈ മാറ്റത്തിൽ എന്തോ ദുരന്തം കുടിയിരിക്കുന്നുവെന്നാണ് കവിയെപ്പോലെ നമുക്കും തോന്നുക. ഐങ്കുടിക്കമ്മാളരും കർഷകരും മറ്റും നമുക്കുതന്ന ജീവനസംസ്കൃതി കുറ്റിയറ്റുപോകുന്നതിന്റെ പ്രതിദ്ധ്വനികൾ ഈ ചെറു കവിതകളിൽ തുടിക്കുന്നത് ശ്രദ്ധിക്കുക.

ഇത് നേരത്തെത്തന്നെ കണ്ടറിയാൻ തുടങ്ങിയ ദുരവസ്ഥയാണ്. പൊൻകുന്നം വർക്കിയുടെ *ശബ്ദിക്കുന്ന കലപ്പ* വായിച്ചവർക്ക് ഈ അവസ്ഥയുടെ ആഘാതം ശരിക്കും അനുഭവപ്പെട്ടിരിക്കണം. കാർഷിക സ്വപ്നങ്ങൾ പൂതലിച്ചുപോയ കലപ്പയിൽനിന്നു കേൾക്കുന്ന ഗൗളിയുടെ ചില യ്ക്കൽ ഒരു ദുഃസ്വപ്നമായിത്തീരുന്നു. ഇന്ന് കലപ്പ സമാധിയിലാണ്; എന്തെന്നാൽ പാടങ്ങളിൽ മുളച്ചു പൊങ്ങി നില്ക്കുന്നു കളപോലെ മണിമാളികകൾ. (കലപ്പ). ഈ ഭാവം 'മഴ' എന്ന കവിതയിൽ മറ്റൊരു മരണമായി അവതരിപ്പിക്കുന്നുണ്ട്: നഗരത്തിൽ പെയ്ത മഴ ദിശയറിയാതെ /ഒഴുകിപ്പോകാൻ വഴിയറിയാതെ/കോൺക്രീറ്റുകാടുകൾക്കിടയിൽ/ തിങ്ങിഞെരുങ്ങി മരിച്ചു .

പറയും നാഴിയും ഉലക്കയും തേപ്പുചട്ടുകവുംകൊണ്ട് സമൂഹ ജീവിതം രൂപപ്പെട്ട ഒരു കാലം. അത് പോയ് മറയുന്നു; ആ നഷ്ടമൂല്യ വിഷാദം വിനു അവതരിപ്പിക്കുന്നു. ഏകാന്തതയിൽ വിചാരണത്തടവ നുഭവിക്കാൻ വിധിക്കപ്പെട്ട ചിരവപ്പെണ്ണ്, ഓർമ്മകളിൽ തേങ്ങുന്ന കോളാമ്പി, മച്ചിന്റെ മോന്തായത്തിൽ കഴിയുന്ന മുത്തശ്ശിച്ചെല്ലം, തിരസ്കൃത നായ ഉളി - ഈ പ്രകരണങ്ങളിലെല്ലാം ക്രിയോപകരണങ്ങൾ കേവലം പ്രതിനിധാനങ്ങളുടെ അവസ്ഥയിൽനിന്ന് മനുഷ്യദുരവസ്ഥകളുടെ വ്യഞ്ജകങ്ങളായിത്തീരുന്നു. അചേതനങ്ങളിൽ ചൈതന്യം ആരോപി ച്ചുകൊണ്ടുള്ള മാനുഷരൂപങ്ങളായിത്തീരുന്നു അവ. നഷ്ടപ്പെടുന്ന, കാല ഹരണപ്പെടുന്ന വസ്തുക്കളോടൊപ്പം അവയുടെ കർത്താക്കളും വിസ്മൃ തരായിത്തീരുന്നു. ജീവിതത്തിന് പുതിയ നാമരൂപങ്ങൾ കൈവരുന്നു.

പഴയ വസ്തുപ്രതീകങ്ങൾ മാറ്റങ്ങളെക്കുറിക്കാനുള്ള ഉപാധികളായി മാത്രം പരിഗണിക്കപ്പെടേണ്ടി വരുന്നു - ഇതാണ് വിനു നമുക്കു തരുന്ന ആശയ പ്രയോഗക്കാഴ്ചകൾ. ഇങ്ങനെയുള്ള കരണവിഭ്രമങ്ങൾ മാത്ര മല്ല ഈ ലഘുകവിതകളുടെ കൂട്ടത്തിലുള്ളത്. കവി ഭാഷയ്ക്കും കവി വ്യക്തിത്വത്തിനും പ്രസരിക്കാൻ പാകത്തിലുള്ള മനോഭാവങ്ങളും ഇതി ലുണ്ട്.

സ്വാതന്ത്ര്യം നിഷേധിക്കപ്പെട്ട കൂട്ടിലെ തീപ്പെട്ടിക്കൊള്ളികൾ പക രുന്ന വെളിച്ചം, പരിത്യക്തയുടെ പ്രതീകമായി വരച്ചുവയ്ക്കുന്ന തുളവീണ കുട, ക്ലാവ് പുതച്ച് കനിവിൻതുള്ളികൾക്കായി കേഴുന്ന കിണ്ടി എന്നിങ്ങനെയുള്ള കാവ്യനിനവുകളും മനുഷ്യാവസ്ഥകളുടെ ഓർമ്മ പ്പെടുത്തലുകളാണ്. വഴിവെട്ടമായി മുന്നിൽ നടക്കുന്ന ചൂട്ട്, കെട്ട ചെരാ തിലെ എണ്ണക്കയത്തിൽ മുങ്ങിമരണം, പ്രണയത്തിന്റെ സതി ആചരി ക്കുന്ന പാറ്റകൾ, വെളിച്ചത്തിൽ വെന്തു ചത്ത പാറ്റകൾ മുതലായവ ഈ സമാഹാരത്തിലെ ചെരാതു കവിതകളാണ്, വെളിച്ചത്തിന്റെ നാമ രൂപങ്ങൾ തേടുന്ന ഒരു കവിയാണ് വിനു എന്ന് ഇവ വെളിപ്പെടുത്തുന്നു.

കാവ്യോപകരണങ്ങളുടെ പെട്ടിയിൽ നിന്നുയരുന്നത് ഇത്രയും രൂപ ങ്ങളും നാദങ്ങളും മാത്രമല്ല; തെല്ലൊരു സ്വരഭേദം കേൾക്കാം വേറെ ചില പ്രകരണങ്ങളിൽ. ചൂണ്ട, ചെരുപ്പ്, തീപ്പെട്ടിക്കൂട്, സമ്പാദ്യം മുത ലായ കവിതകളിൽ വൈരുദ്ധ്യത്തിന്റെ അഗ്രങ്ങൾ സംഘർഷണം ചെയ്ത് ഹാസ്യത്തിന്റെയോ ദുരന്തപരിഹാസത്തിന്റെയോ നേരിയ ജ്വാല വിടർത്താനും കവിക്കു കഴിയുന്നുണ്ട്. നിന്റെ പ്രത്യയശാസ്ത്രത്തോ ടൊപ്പം നടന്നുനടന്നുതേഞ്ഞില്ലാതായ ചെരിപ്പുകളെപ്പറ്റിയുള്ള കവിത ശ്രദ്ധാർഹമാകുന്നു. നൂലിൽ തൂങ്ങി മുങ്ങിച്ചാകുന്ന ചൂണ്ടയെ രക്ഷി ക്കാൻവന്ന് മൃതിയെ പുല്കുന്നു മീനുകൾ! എന്ന വൈപരീത്യദർശനം മനുഷ്യസ്നേഹിയായ കവിയുടെ സങ്കല്പ മൗഢ്യം തന്നെ. അപ്പോഴാണ് അത് ഒരു ചിരിക്കരച്ചിലായി മാറുന്നത്.

പറയാനുള്ളത് മുഴുവൻ പറഞ്ഞു എന്ന് തീരുമാനിക്കുന്നില്ല. വിനു എന്ന കവിയുടെ കാര്യവും അങ്ങനെയായിരിക്കുമല്ലോ. രൂപഭാവപരിണാ മങ്ങൾ ശ്രീ. വിനുവിന്റെ രചനകളിൽ ഭവിക്കട്ടെ എന്നാശംസിക്കുന്നു

ദേശമംഗലം രാമകൃഷ്ണൻ

ആണി

ആഴത്തിലേക്ക്
അടിച്ചിറക്കുമ്പോൾ
ആരും അറിയാറില്ല
സഹനത്തിന്റെ നോവ്!
ക്രൂശിതനായ ദൈവം പോലും!

സ്ക്രൂ

മെഴുക് തേച്ച് തേച്ച്
മയക്കി ആയിരുന്നു
തിരുപ്പ്
തിരിച്ചു തിരിച്ചു ഉള്ളിലേക്ക്
കയറ്റിയത് ഇനിയൊരിക്കലും
തിരിച്ചിറങ്ങാത്ത വിധം!

സ്ക്രൂ ഡ്രൈവർ

ഒന്നും തിരിയാതെ
തിരിയുമ്പോൾ
തിരിഞ്ഞിറങ്ങുന്നത് മറ്റെന്തോ!

കട്ടിങ് പ്ലേയർ

ഇരു കാല്കളും ശക്തിയിൽ വലിച്ചമർത്തുമ്പോൾ അറിയാതെ പല്ലിറുമ്മി പോകുന്നതാണ്!

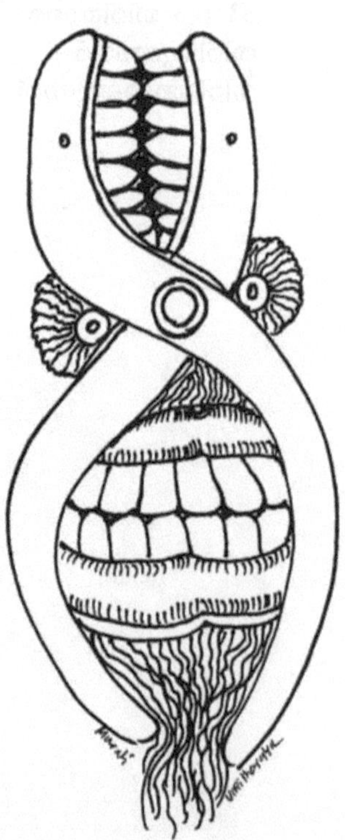

സ്പാനർ

ജനിക്കുമ്പോൾ ഇത്ര വളഞ്ഞിരുന്നില്ല
ജീവിതത്തിലെ അയഞ്ഞ
ബോൾട്ടുകൾ മുറുക്കി മുറുക്കി
ഇന്ന് ഏറെ വളഞ്ഞുപോയി!

ജാക്കി

ഇന്നും പുലഭ്യം പറഞ്ഞേ
പുറത്തിറക്കൂ..!
പിന്നെ ഒരേ നില്പാണ്
അന്യസംസ്ഥാന തൊഴിലാളിയെപ്പോലെ,
പണി തീരുംവരെ..!

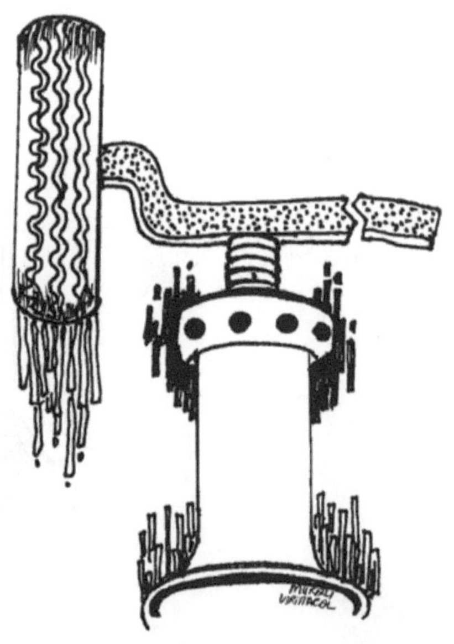

കമ്പിപ്പാര

പാരയാണെങ്കിലും
പാരവെപ്പിൽ, സുഹൃത്തെ
നീ തന്നെ കേമൻ!!

പിക്ക് ആക്സ്

കുഴിച്ചു കുഴിച്ചു നിൻ
നെഞ്ച് പിളർന്നതല്ല
സ്നേഹത്തിൻ ഒരിറ്റു
നീർ തേടി വന്നതാണ്..,
ദാഹാർദ്രനായ്!

കൈക്കോട്ട്

കൊത്തിയടർത്തി-
യെടുത്തില്ല ഒന്നുമേ
ഇത്തിരി മണ്ണും, നിൻ
നോവും മനസ്സിന്റെ
ശോകവുമല്ലാതൊന്നും!

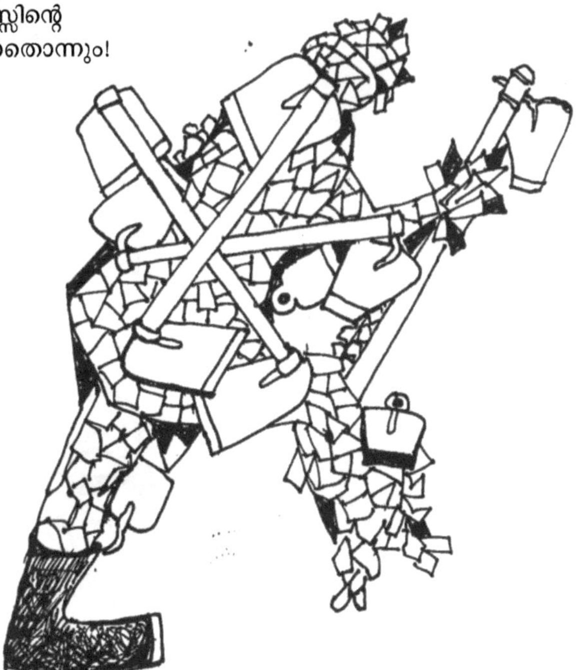

പാതാളക്കരണ്ടി

കളഞ്ഞുപോയ പ്രണയമേ
തിരയുന്നു നിന്നെ ഞാനീ
കിണറാഴങ്ങളിൽ...!

അരിവാൾ

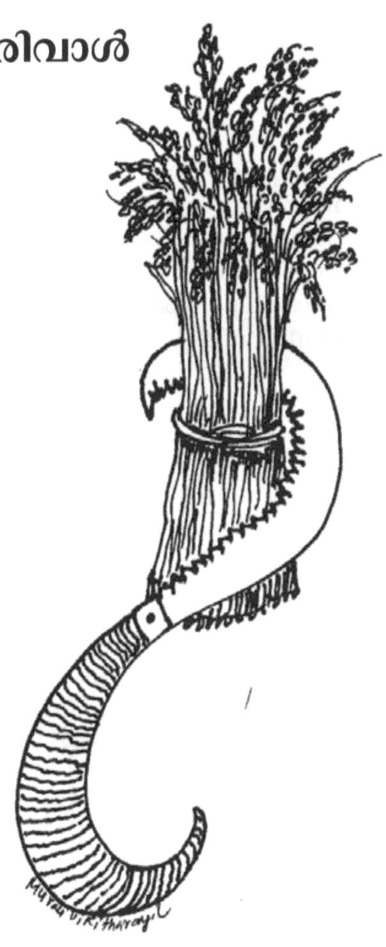

തേഞ്ഞു പോയില്ല
വായ്ത്തലപ്പുകൾ
മൂർച്ച കൂട്ടി തിളങ്ങി
നില്ക്കുന്നു
കോഴ തിന്നു പുളയ്ക്കും
കളകളെ
കുറ്റിയാക്കി
കറ്റ കെട്ടിക്കുവാൻ
കെട്ടിടാത്ത
തീക്കനൽ ജ്വാലയായ്
രാകീ മിനുക്കിയീ
വാൾത്തലപ്പുകൾ.

ചുറ്റിക

കടിച്ചമർത്തുന്നു
വിയർപ്പൊടുങ്ങാത്ത
പകലിൻ വ്യഥകളെ
തേഞ്ഞ് തീരുവാൻ
കരിങ്കൽച്ചീളുകൾക്കിട-
യിലീ ജീവിതം! •

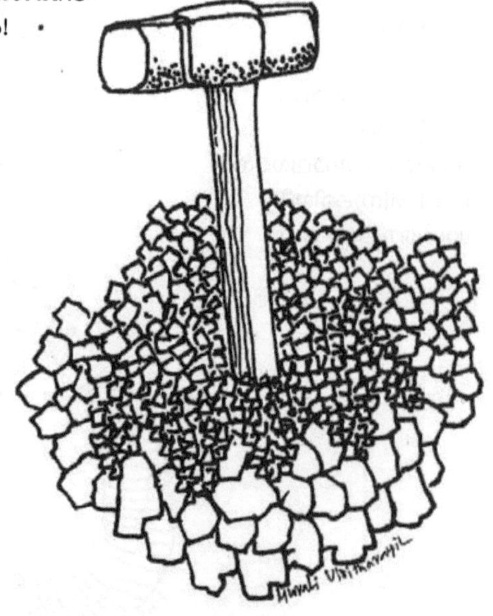

കത്തി

കുത്തിക്കേറുന്നത്
ഞാനാണെങ്കിലും
കുത്തുന്നത് നീ തന്നെ
ഇന്നും!

തേപ്പ് ചട്ടുകം

ഹർമ്മ്യങ്ങളെത്ര
തേച്ചു പണിതു
എന്നിട്ടുമിന്നും കിടപ്പ്
നടുവൊടിഞ്ഞീ
ചായ്പ്പിൽ തന്നെ!

ബ്രഷ്

വർണ്ണങ്ങളനവധി
പകർന്നു നല്കീ
നരവന്ന് മുടി കൊഴിഞ്ഞേതോ
പാഴ്‌വസ്തുപോലു-
പേക്ഷിക്കപ്പെടും വരെ!

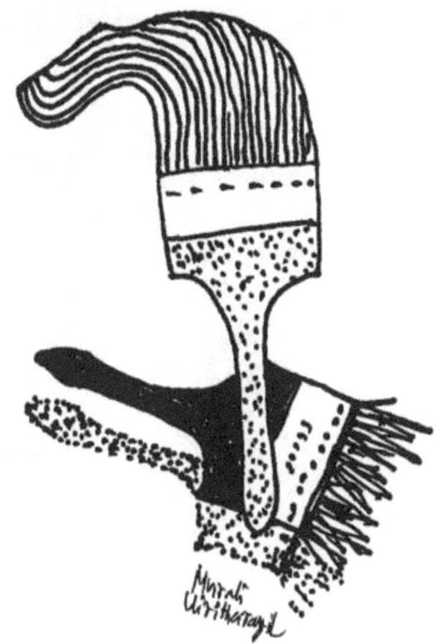

കോടാലി

ചില്ലകൾ ആഞ്ഞാഞ്ഞു
കൊത്തി മുറിച്ചിടുമ്പോൾ
തായ്ത്തടി ചൊല്ലീ
ചതിയൻ
മരപ്പിടിയൻ
ചന്തു നീ!

കലപ്പ

ഉഴുതു മറിച്ചു
നൂറുമേനി കൊയ്ത
നിലങ്ങളിലൊക്കെയും
മുളച്ചു പൊങ്ങി നില്ക്കുന്നു
കളപോലെ
മണിമാളികകൾ...!

വല്മീകം പുതച്ച്
സമാധിയിൽ കലപ്പ!

പറ

പതമളന്നു കൊടുക്കുമ്പോൾ
കൈ വിറച്ചിരുന്നു...

ഒരു നെല്മണിപോലുമില്ലാതെ
വിശന്നിരിക്കുമ്പോൾ
ഓർത്തുപോകുന്നു
അതെല്ലാം!

പപ്പടക്കോൽ

പൊള്ളിയുരുകുന്ന
ജീവനെ
പൊക്കിയെടുക്കുമ്പോൾ
ഗണേശ പപ്പടമെന്നോ
സഫീയ പപ്പടമെന്നോ
നോക്കാറില്ല
പപ്പടക്കോൽ.

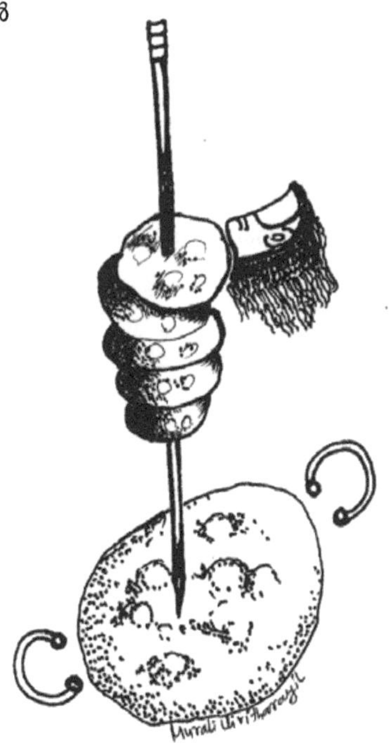

തുടി (മരക്കപ്പി)

കഴുത്തിൽ മുറുകുന്ന
കുരുക്കുകൾ
നൊന്തല്ല
നിനക്കായി
ആഴങ്ങളിൽ
നിന്നുയർത്തുന്ന
തൊട്ടിയിൽ
തെളിനീരൊത്തിരി
തുളുമ്പിപ്പോയെന്നോർത്താണീ
കലമ്പൽ!

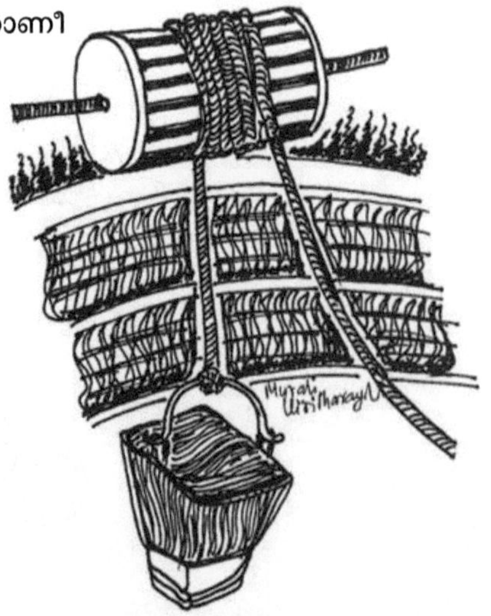

നാഴി

നാഴി ചോദിച്ചു വന്നപ്പോൾ
അളന്നു കൊടുത്തത്
ഉരി

ഇന്ന് ഉരി ചോദിച്ചും
ആരും വരാറില്ല

നാഴി
വെറുതെ ഇരുപ്പാണ്!

ഒലക്ക

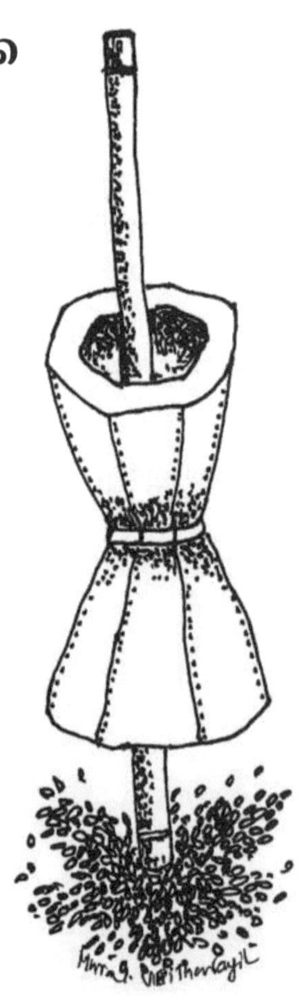

വാല്യക്കാരത്തിതൻ
മിനുസത്തടവലും
സ്വേദമേനിക്കരുത്തും
ശരിക്കുമറിഞ്ഞ്
വിവശനായവൻ!
ഇന്ന്
ചിതൽച്ചിത്രം പുതച്ച്
മൃതിയിൽ മറയുന്നു...!
ഒലക്ക...
തെറിവിളികളിൽ
മാത്രമൊതുങ്ങുന്നു!

ടൂത്ത്ബ്രഷ്

അഴുക്കുചാലിൽ
പണിയെടുക്കുന്നവരെ
വെറുപ്പോടെ നീ വിളിക്കും
തോട്ടിയെന്ന്
നിന്റെ പല്ലിട കുത്തി
വെളുപ്പിക്കുന്നതു കൊണ്ടാകാം
ഞാൻ ഇന്നും
ടൂത്ത് ബ്രഷ് എന്ന പേരിൽ
ബഹുമാന്യനാകുന്നത്!

ഹെൽമെറ്റ്

പോരാടും
അവസാന
ശ്വാസം വരെ...
നിൻ ജീവരക്ഷയ്ക്കായി
പിറവിയെടുത്ത
സൈനികൻ ഞാൻ!

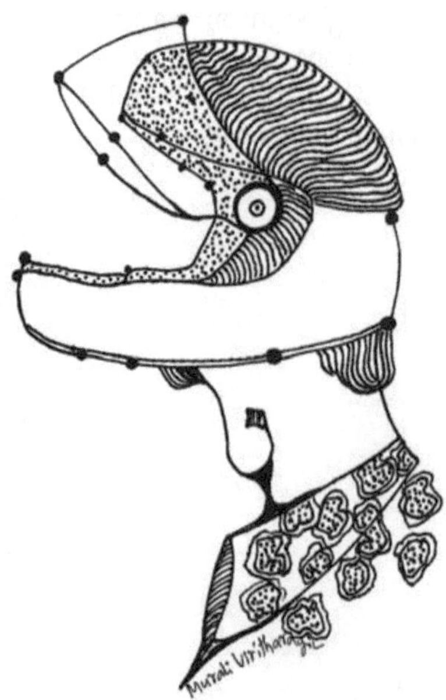

ബഡാ ബൂട്ട്സ്

മഞ്ഞുമൂടിയ
സിയാച്ചിൻ മലകളിൽ
മണൽക്കാറ്റ് വീശും
രാജസ്ഥാൻ മരുഭൂവിൽ
ചതുപ്പ് മൂടിയ
റാൻ ഓഫ് കച്ചിൽ
നുഴഞ്ഞു കയറും കടുവ
വിലസും സുന്ദർബനുകളിൽ
കിഴക്കും പടിഞ്ഞാറും
തെക്കും വടക്കും
നിൻപാദ സേവചെയ്തു
രാജ്യ നന്മയ്ക്കായി
തേഞ്ഞലിഞ്ഞു
തീരട്ടെ ഈ ദാസജന്മം!

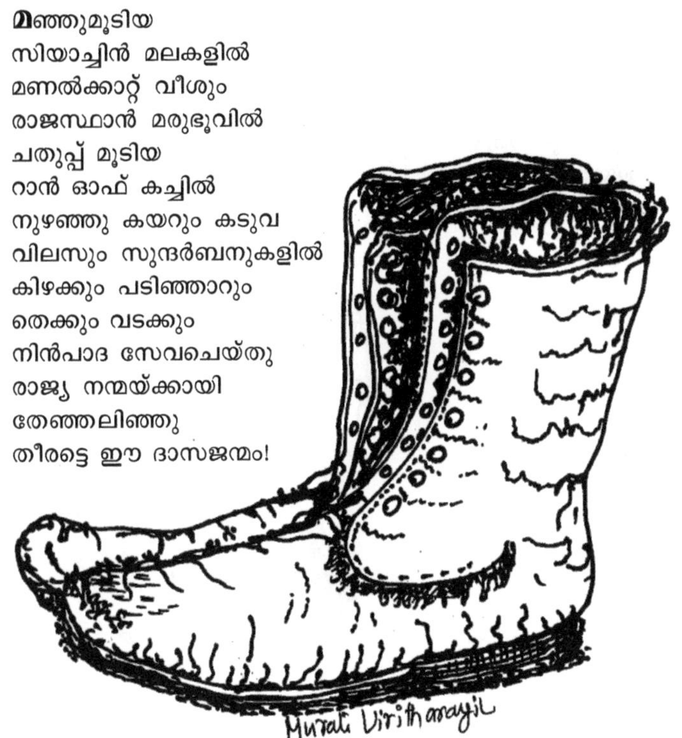

കോണി

ചവിട്ടടികളിത്രയും
കൊണ്ടും
തളരാത്തത്
കീഴടക്കാൻ
ഇനിയുമൊരുപാട്
ഉയരങ്ങൾ
ഉള്ളതുകൊണ്ടാണ്!

ചൂണ്ട

നൂലിൽതൂങ്ങി
മുങ്ങിച്ചാകുന്ന
ചൂണ്ടയെ
രക്ഷിക്കാൻ വന്ന്
മൃതിയെ പുല്കുന്നു
മീനുകൾ!

സേഫ്റ്റി പിൻ

പിന്നിപ്പോയ പാവാട
കാറ്റിലുലയാതെ
സാരി ചുളിയാതെ
ഞെറികളുടയാതെ

കാരമുള്ള് തുളച്ചുകയറിയ
കാല്പാദമറിയാതെ
ഇറച്ചിയവശിഷ്ടം
തോണ്ടിയെടുക്കുമ്പോൾ
പല്ലറിയാതെ

ബസിലെ തിക്കും തിരക്കിൽ
തോണ്ടലിൻ ഭീതിയിൽ
നിഴലായ് കൂടെനിന്നു
കുത്തി നോവറിയിച്ചതു-
മവരറിയാതെ

അങ്ങനെയങ്ങനെ...
എത്ര ദൂരം എത്ര നേരം

ഇനി മടങ്ങി
തൂങ്ങി നില്ക്കാം
നിൻ കൈവളകളിൽ
ഉടൽ കോർത്ത്
നിഴൽ തീർത്ത്!

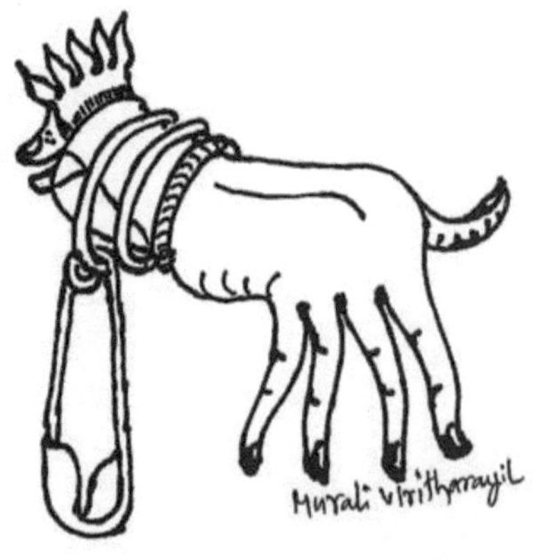

തവി

അടുപ്പ് വേവുന്നത്
വല്ലപ്പോഴും മാത്രം..!
അപ്പോഴെല്ലാം
കലത്തിലെ തിളയ്ക്കുന്ന
പൊള്ളലിലിറങ്ങി
വേവ് നോക്കലാണ് പണി !
പിന്നെ വലിച്ചെറിയുകയാണ്
അടുക്കളയിലെ
അഴുക്കുവെള്ളത്തിലേക്ക്...!

പേപ്പർ വെയിറ്റ്

പേപ്പറേ
നിന്റെ മേലിങ്ങനെ
അമർന്നള്ളിപ്പിടിച്ചിരിക്കാൻ
കഴിയുന്നതെന്റെ
ശക്തി കൊണ്ടല്ല
മറിച്ച് പ്രതികരിക്കാൻ
അശക്തയായ നിന്റെ
ദൗർബല്യമൊന്നുകൊണ്ടാണ്!

ചിരവ

എത്ര സ്നേഹിച്ചാലും
നാക്കിന് മൂർച്ചയുണ്ടെ-
ന്നൊറ്റക്കാരണത്താൽ
നിൻ ഹൃത്തെന്ന
അടുക്കളയിലെ
കറുത്ത
ഏകാന്തതയിൽ
വിചാരണത്തടവ-
നുഭവിക്കാൻ
വിധിക്കപ്പെട്ടവൾ!

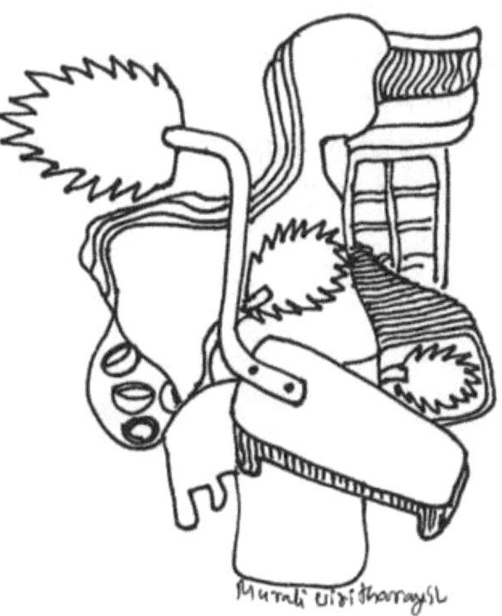

കോളാമ്പി

ഒരിക്കലെങ്കിലും പുറത്തെടുക്കുക
നിന്റെ തുപ്പൽ സ്വീകരിക്കാൻ
നിന്റെ വിസർജ്ജ്യം ഏറ്റുവാങ്ങാൻ
ഒരിക്കലെങ്കിലും...
ഇനിയെനിക്കാകുമോ?
അവഗണനയുടെ മച്ചിലെ
ഏകാന്തതയുടെ ക്ലാവ് പിടിച്ച
ഓർമ്മകളിൽനിന്നും
കോളാമ്പി തേങ്ങി.
തെക്കേത്തൊടിയിലെ മൺകൂന
ഈറനായി
മഴച്ചാറ്റലിൽ നനഞ്ഞു
മണ്ണും മനസ്സും!

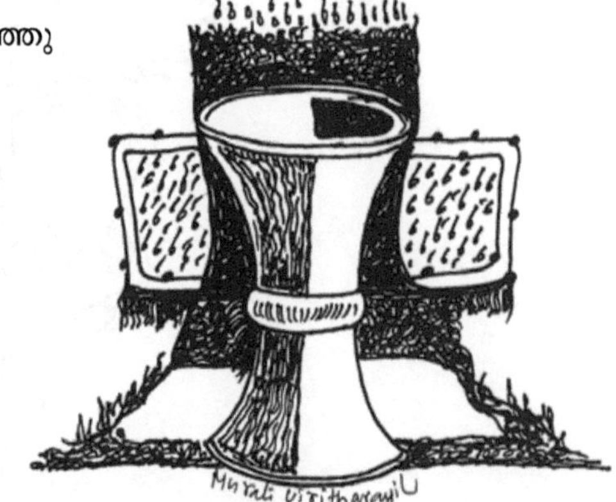

ചെല്ലം

ആഢ്യത്വത്തിന്റെ അടയാളമായിരുന്നു
മുത്തശ്ശിച്ചെല്ലം
ഇന്ന്
മുറുക്കാൻ കറ പറ്റിയ പല്ല് കൊഴിഞ്ഞ്
വാർദ്ധക്യത്തിന്റെ ശുഭ്രജഡയാൽ പൊതിഞ്ഞ്
തളർന്ന്
നടുവൊടിഞ്ഞു
മച്ചിന്റെ മോന്തായത്തിൽ
കോമയിൽ കഴിയുന്നു!

മുഴുക്കോൽ

തീണ്ടാപ്പാടകലത്തു വച്ച്
ചട്ടങ്ങൾ കൂട്ടിച്ചപ്പോൾ
തീരുമാനിച്ചുറച്ചിരുന്നു
അളന്നു വാങ്ങുമൊരിക്കൽ
സവർണ്ണ മേല്ക്കോയ്മയുടെ
ചട്ടക്കൂടും
അധികാരഗർവ്വും.

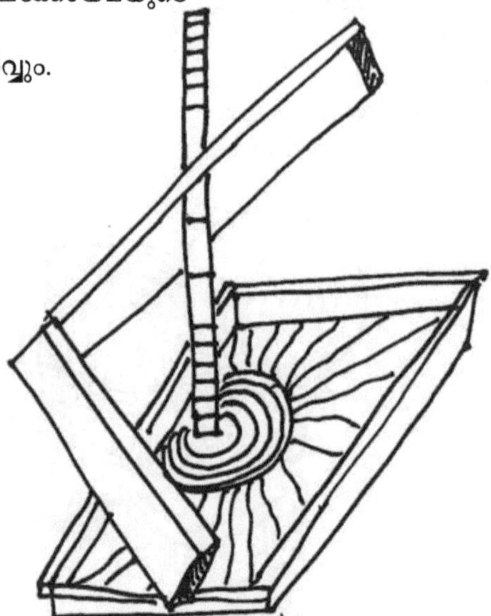

ഉളി

ഒരുളിപ്പാടുപോലും കാണാതെ
ജഡമായ മരമെ നിന്നെ
തഴുകി
നവ ജീവ ശില്പമാക്കിയോൻ
തിരസ്കൃതൻ, ഞാൻ വീണ്ടും
പണിത്തിരക്കിലാണ്!

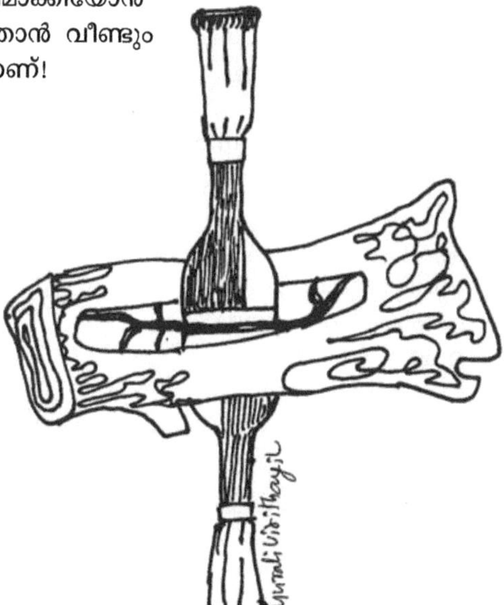

തീപ്പെട്ടിക്കൊള്ളികൾ

ഒന്നിനുമീതെ മറ്റൊന്നായി
കുത്തിത്തിരുകി
ഞെരിഞ്ഞമർത്തി
മൃതപ്രാണരാക്കി
സ്വാതന്ത്ര്യം നിഷേധിച്ച്
കൂട്ടിലടയ്ക്കപ്പെട്ടവർ
ഒരുമിച്ച് നിന്നും
പ്രതികരിക്കാൻ മറന്നവർ!
മൂകം വിതുമ്പാൻ വിധിക്കപ്പെട്ടവർ
വില കുറഞ്ഞവർ
എന്നിട്ടും സ്വയം
എരിഞ്ഞുകത്തി
പ്രകാശം പകരുന്നവർ
വെറും
തീപ്പെട്ടിക്കൊള്ളികൾ!

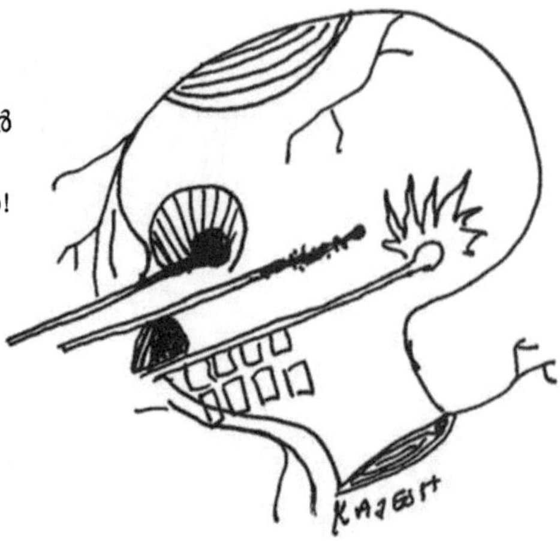

ആപ്പ്

മരമായി ജനിച്ചു
മുറിച്ചെടുത്ത്
മരപ്പൂളാക്കി
ചതിയൻ ‘ആപ്പ്’
എന്ന പേരിട്ടു..,
പിന്നീടെൻ മാതൃ
ഹൃദയത്തിൽ
വിള്ളലുണ്ടാക്കി ഒരു
വിങ്ങലായെന്നെ
തിരുകിക്കയറ്റി
പൊളിച്ചെടുക്കുന്നു!

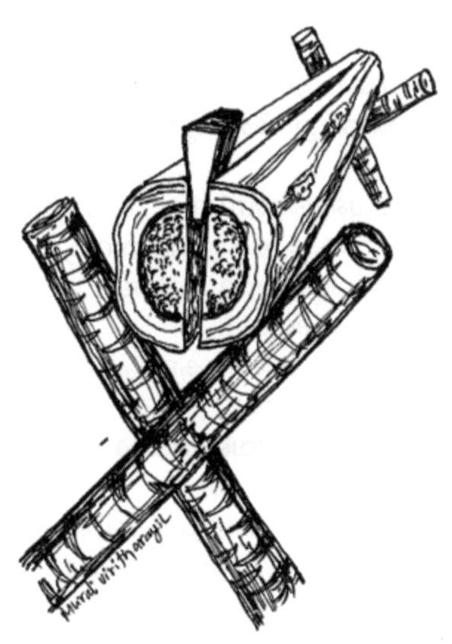

കുട

മിനുസമാർന്ന നിൻ പാദം
വേരിക്കോസ് വെയിൻ
ചുരുണ്ട് കൂടി
കരുവാളിച്ചിരിക്കുന്നു

വളഞ്ഞ വാരിയെല്ലുകൾ
തുറിച്ചു നില്ക്കുന്നു
തെന്നിമാറിയ തുന്നലിലൂടെ
വയർ ഉൾവലി-
ഞ്ഞൊട്ടിയിരിക്കുന്നു!

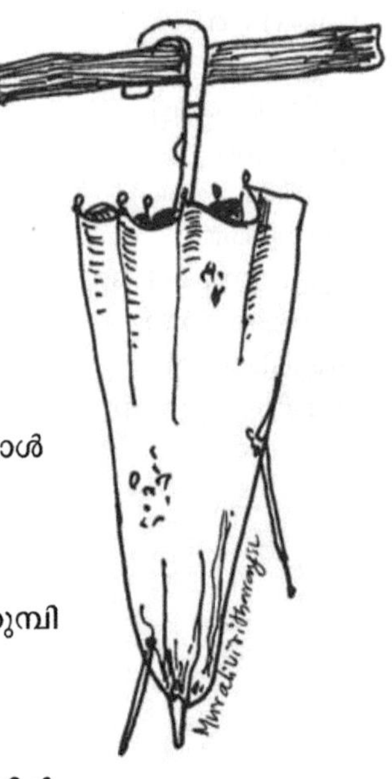

കഷ്ടപ്പെട്ടൊന്ന് നടു നിവരുമ്പോൾ
കമ്പികൾ കോർത്തുവലിച്ച്
എല്ലൊടിയുന്ന പോലെ
വേദനിക്കുന്നു!
പാതി വിടർന്ന കണ്ണുകൾ വിതുമ്പി
"പ്രായമായാൽ
ആർക്കും വേണ്ടാതാകുമോ?"

തോരാത്ത മഴപ്പെയ്ത്തിൽ കാറ്റിൽ
കാതരയവൾ ഇളം ചൂടേകി...
കൊടും വെയിൽച്ചൂടിൽ
കുളിർ പെയ്യും തണൽ നല്കി!

ഇന്ന്, നരച്ചുപോയിയെന്ന
ഒറ്റക്കാരണത്താൽ
ചുരുട്ടിമടക്കി
ഇറയത്ത് ഉപേക്ഷിക്കപ്പെട്ടവൾ!

ഉറുമ്പ് തിന്ന് തുളവീണ
ശീലയ്ക്കിടയിലൂടെ
കാറ്റും വെളിച്ചവും എത്തിനോക്കി
കളിയാക്കിച്ചിരിക്കുമ്പോൾ
മിഴിക്കോണിൽനിന്നും നനവ്
പടർന്നൊഴുകുന്നു
വെയിൽച്ചൂടിൽ വെന്തുരുകുന്നു
അകം പൊള്ളും കനൽക്കാഴ്ചകൾ!

സിറിഞ്ചും സൂചിയും

മുനയൊടിച്ചു നീ വലിച്ചെറിയുമെങ്കിലും
പകുത്തുതരാതെയെങ്ങനെ
നിൻ നാഡി ഞരമ്പുകളിലേക്ക്
എൻ മനസ്സിലെ
കനിവിന്നവസാന തുള്ളിയും.

കോമ്പസ്

ജീവിതമെന്ന ബിന്ദുവിന്
ചുറ്റും നീ വരച്ചുകൂട്ടി
സദാചാരത്തിന്റെ
അദൃശ്യ ലക്ഷ്മണരേഖകൾ!

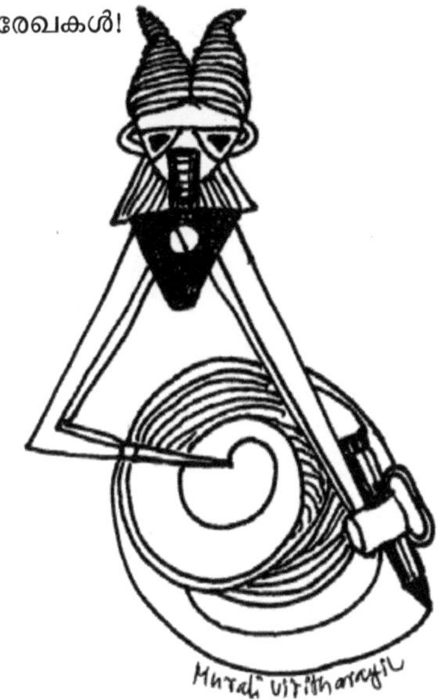

കത്രിക

എത്ര പിടിച്ചകത്തിയാലും
വീണ്ടും ഒട്ടിച്ചേർന്നു നില്ക്കും
പ്രണയജോഡികൾ...
പുതുതലമുറ പ്രണയം
കാണാതെപോയതോ?

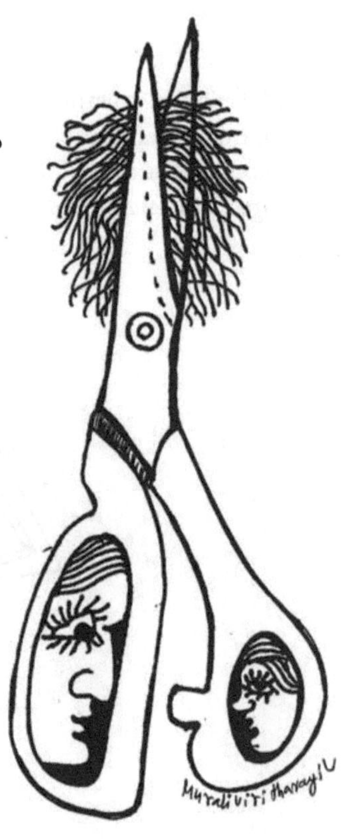

ചെരുപ്പ്

നിന്റെ പ്രത്യയ -
ശാസ്ത്രത്തോടൊപ്പം
നടന്ന് നടന്ന് തേഞ്ഞില്ലാതായാലും
ഒരു രക്തസാക്ഷിയുടെ
പരിഗണനപോലും തരാതെ
ദുഷിപ്പുകളുടെ
മാലിന്യച്ചിതയിൽ ഇവ്വിധം
കത്തിച്ചുകളയുന്ന
തെന്തിനെന്നെ?

താക്കോൽ

മനസ്സെന്ന വലിയ വീടിന്റെ
രഹസ്യ അറകൾ തുറന്നുകയറുന്ന
ശുദ്ധസ്നേഹമാകട്ടെ സഖീ
നിന്റെ പ്രണയം.

ക്യാമറ

ഇന്നുമുണ്ട് സഖീ നിൻ
പ്രണയചിത്രം മുന്നിൽ
നീ തകർത്തെറിഞ്ഞ
ഹൃത്തിന്നഭ്രപാളിയിൽ
ഒട്ടുമൊളിമങ്ങാതെ
മായാതെ
മറവിയുടെ ഫ്‌ളാഷിൽ
മന്ദസ്മിതം തൂകുന്നു.

കിണ്ടി

മേലാളെന്നോ കീഴാളെന്നോ
നോക്കാതെ
ജലധാരയാൽ
നിൻ പാദം നനച്ചാ-
ഗതകാല സ്മരണതൻ
കനവിലേറി
പൂമുഖത്തിണ്ണതൻ കോണിൽ
ക്ലാവ് പുതച്ച്
വരണ്ടുണങ്ങി
കനിവിൻ, തുള്ളി
വെള്ളത്തിനായ്
കേഴുന്നു.

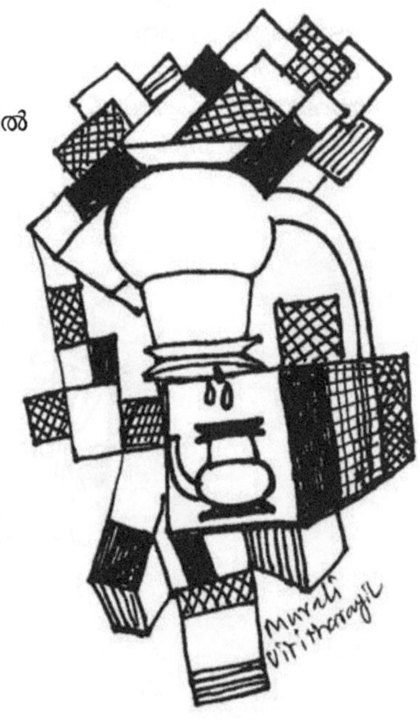

തേപ്പുപെട്ടി

കോരിയിട്ട കനൽച്ചീളുകളാൽ
ഉള്ളം ചുട്ടുനീറുമ്പോഴും
ബാക്കിവെച്ചൂ നിനക്കായി
തപിക്കുമീ ഹൃത്തിൽ
കുറെ ചുടുചുംബനങ്ങൾ.

തുലാസ്

ചഞ്ചലമാണ്
സ്ത്രീ മനസ്സ്പോലെ
ആടിക്കൊണ്ടിരിക്കും
ചിലപ്പോൾ അടുത്തു
കൊണ്ടേയിരിക്കും
ഒരു പണത്തൂക്കം
കൂടുതലുള്ളിടത്തേക്ക്...!

തീപ്പെട്ടിക്കൂട്

വധശിക്ഷയ്ക്ക്
വിധിക്കപ്പെട്ട
തടവുപുള്ളികളുടെ
സെല്ലുലാർ ജയിൽ!

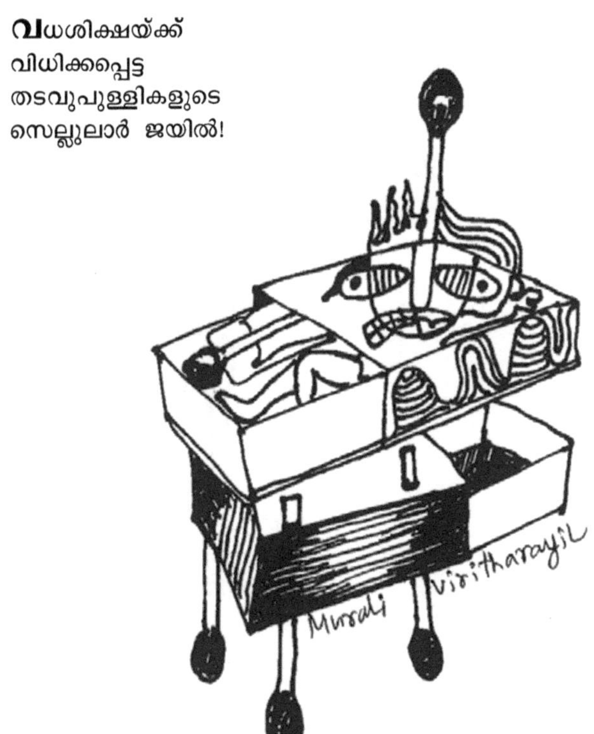

മെഴുകുതിരി

ഉള്ളുരുകി കത്തി
ആയുസ്സ് തീരുമ്പോഴും
വെണ്മ തൂകി
വെട്ടമേകുന്നു
വ്യഥതൻ ഇരുട്ടകറ്റുന്ന

സി ഡി

സ്നേഹിച്ചോ
മിനുമിനുപ്പും പളപളപ്പും
കണ്ടാസ്വദിച്ചോ
തൊട്ട് പ്ലേ ചെയ്ത
പണിയാകും
ചിലപ്പോൾ പല
പരസ്യമായിടും

വാച്ച്

തുടങ്ങിയിടത്തു തന്നെ
വീണ്ടും
തിരിച്ചെത്തുമെങ്കിലും
യാത്ര
തുടരാതെയെങ്ങനെ?

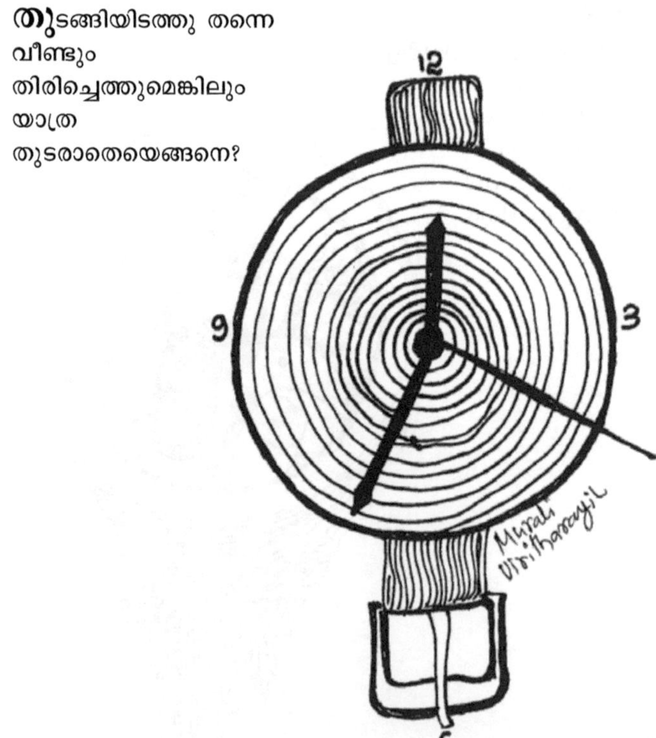

കണ്ണട

കണ്ണുണ്ടായാൽ പോര
കാണാൻ മനസ്സിന്റെ
കണ്ണടകൾ തന്നെ
വേണം.

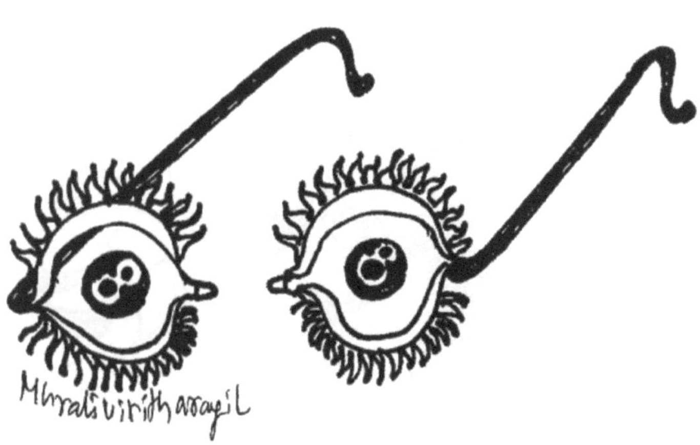

സിഗരറ്റ്

പുകഞ്ഞുനീറി
മരിക്കുമെങ്കിലും
നല്കട്ടെ
നിനക്കായി
ബാക്കിവെച്ചയെ-
ന്നവസാന
ചുടു ചുംബനം.

മഴ

നഗരത്തിൽ പെയ്ത മഴ
ദിശയറിയാതെ
ഒഴുകിപ്പോകാൻ
വഴിയറിയാതെ
കോൺക്രീറ്റ് കാടുകൾക്കിടയിൽ
തിങ്ങി ഞെരുങ്ങി മരിച്ചു!

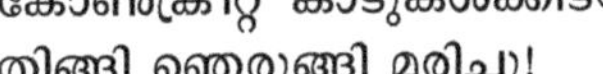

പീഡനം

കൊടിയ പീഡനത്താൽ
മുലയും മൂക്കും ഛേദിക്കപ്പെട്ട
ഒരു പെണ്ണിവിടെ ഓടി
നടക്കുന്നുണ്ട്
കാലങ്ങളായി...
ശിക്ഷിക്കപ്പെടാത്ത
പെൺകേസുകളിലെന്നപോലെ..,
ഘാതകൻ ഇന്നും വിലസുന്നു...!

ഞാൻ

അന്നു ഞാൻ നാടുവാഴി
ഇന്നു നായരും നാളെ,
തീയനും ചെറുമനു-
മവസാനമീശ്വരനും.

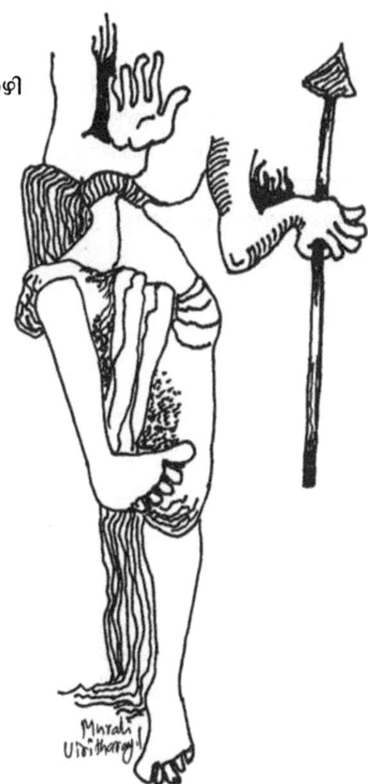

ദു:ഖം

തീരത്തെ പുല്കുന്ന തിര
തിരയെ വിശ്വസിച്ച തീരം
ഒരുദിനം തീരത്തിനാർദ്രമാം
ഹൃദയവും കൊണ്ടാ-
തിരയെങ്ങോ മറഞ്ഞു.

വിഡ്ഢിത്തം

പെൺ സേവയ്ക്കായി ഞാൻ
പെൻ ഫ്രണ്ട്സിനെ തേടിപ്പോയ്
പെണ്ണുമില്ല പെന്നുമില്ല-
വസാനമെന്നാർദ്ര മനസ്സുമില്ല.

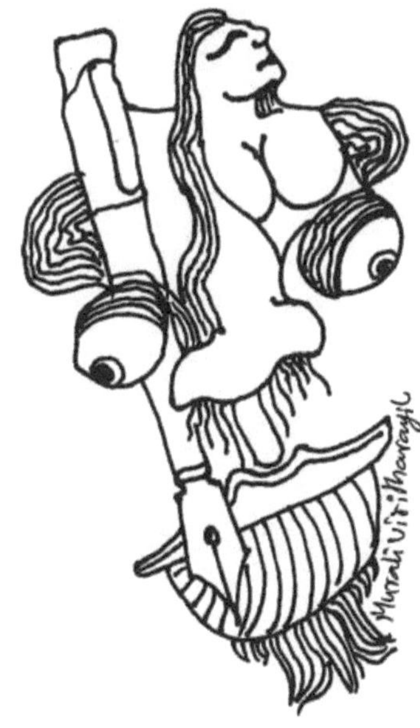

സമ്പാദ്യം

കോലുപോലുള്ള ശരീരവും
കോന്തലയ്ക്കൽ കെട്ടിയ
കാലുറുപ്പ്യയുമാണിന്നെൻ സമ്പാദ്യം.

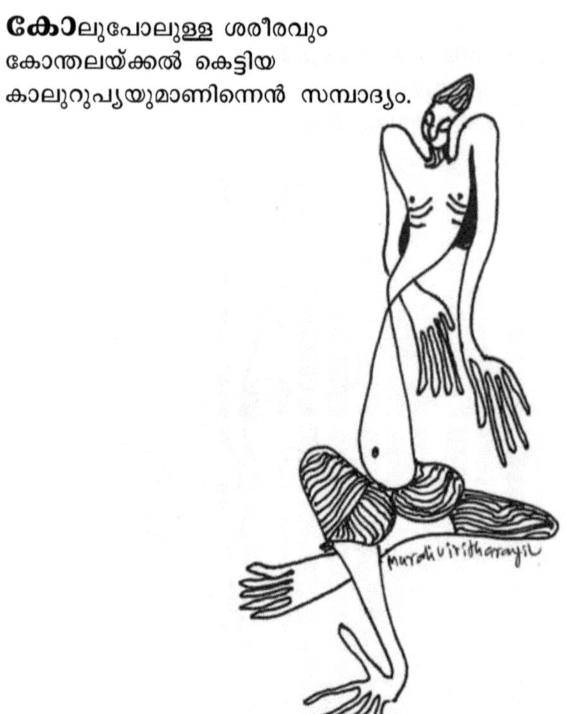

തൊട്ടാവാടി

മുഖം കുനിച്ച്
പിൻവലിഞ്ഞത്
ഭയന്നിട്ടല്ല
ഉഗ്രശക്തിയിൽ
ഉയർത്തെഴുന്നേറ്റ്
പ്രതികരിക്കാൻ തന്നെയാണ്.

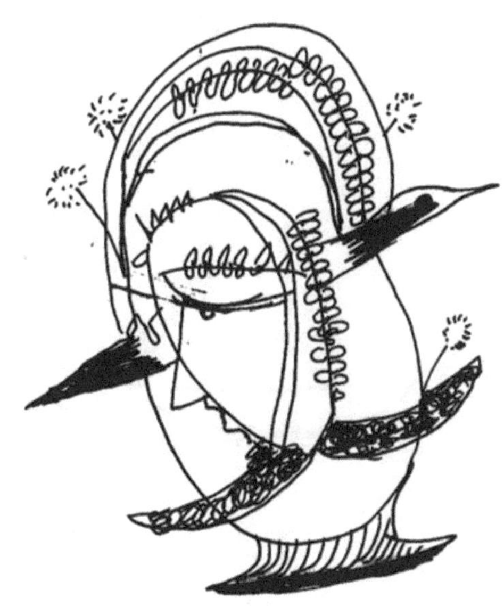

കറിവേപ്പില

ഉള്ളുരുകി വെന്തെത്ര
രുചിയേകിയാലും
വലിച്ചെറിയപ്പെടേണ്ടവൾ...
എന്നാലും നിനക്കായി
തളിർക്കാതിരിക്കുന്നതെങ്ങനെ?

ചില്ലറ

ചോദിച്ചുവാങ്ങാൻ
മാത്രമുള്ളതല്ല
വല്ലപ്പോഴും കൊടുക്കാനു
മുള്ളതാണ്.

പർദ്ദ

നിന്റെ കറുപ്പ്
അറിയാതിരിക്കാനാണോ
എന്റെ കറുപ്പിൽ
നീ മറയുന്നത്!

കർപ്പൂരം

നിന്റെ പ്രാർത്ഥനകളിൽ
ഉരുകി ജ്വലിച്ചു
തീരുന്നത് തന്നെയാണ്
എന്റെ പുണ്യം!

ലിപ്സ്റ്റിക്

എന്റെ
ചുംബനം
സമരമല്ല
സമന്വയമാണ്
സമരസപ്പെടലാണ്!

കോണ്ടം

നിന്റെ മാന്യതയുടെ
മുഖംമൂടി അഴിഞ്ഞു
വീഴാത്തത് എന്റെ
ആത്മാർത്ഥതയൊന്നുകൊണ്ടു മാത്രം!

താലി

എത്ര വലിയ
കൊല കൊമ്പനേം
പിടിച്ചു നിർത്തുന്ന
തോട്ടി!

വിവാഹം

കഴിക്കാം
കഴിച്ചാൽ അഴിക്കരുത്
ശ്രമിച്ചാൽ
മുറുകി മുറുകി
കെട്ടിക്കുടുക്കാകുന്ന
കെട്ട്!

ചൂട്ട്

ഇരുൾമൂടും
ഇടവഴികളിൽ
ജീവിതപ്പെരുവഴികളിൽ
ജ്വലിച്ചുകത്തി
വഴിവെളിച്ചമായ്
നയിച്ചിടാം നിന്നെ
പുറകിൽ വന്നോളൂ
അരികിൽ നിന്നോളൂ
നടന്നിടാം മുന്നെ...
ഇരുളകറ്റും
പ്രകാശമായിടാം
ഒപ്പം, നടന്നു മുന്നേറാം.

ഇലയും ഞാനും

ഒരില
കൊമ്പിൽനിന്നും
അടർന്ന്
കാറ്റിൽ തട്ടി
ദൂരെ
ഏതോ
കൊടുങ്കാറ്റിൻ
ചുഴിയിൽപ്പെട്ട്
കറങ്ങി വലഞ്ഞ്
നിശ്ശബ്ദ
വല്മീകത്തിൽ
മറഞ്ഞു
മണ്ണിൽ അലിഞ്ഞു.

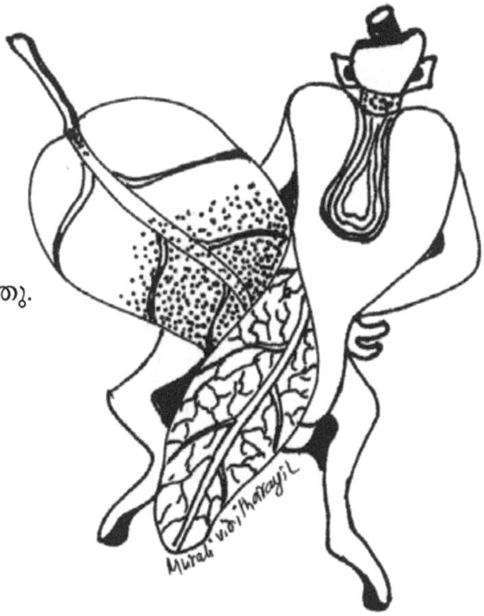

പ്രണയം

പ്രണയം പൊള്ളിക്കുമെന്ന്
അറിഞ്ഞുതന്നെയാണ്
വെളിച്ചത്തെ പ്രണയിച്ചത്
കാറ്റും മഴയും വെളിച്ചം
അപഹരിച്ച രാത്രിയിൽ
മനം നൊന്താണ്
ചെരാതിലെ എണ്ണക്കയത്തിൽ
സ്വയം മുങ്ങിച്ചത്തത്.

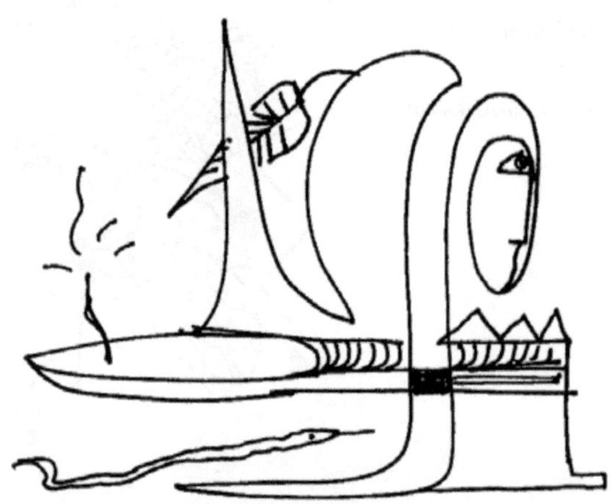

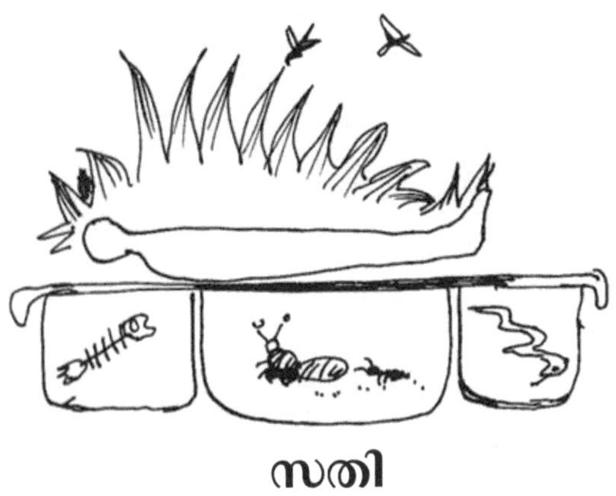

സതി

എരിഞ്ഞു കത്തുന്ന
മൺചെരാതിന് ചുറ്റും
പ്രണയത്തിന്റെ സതി
ആചരിക്കുന്നു പാറ്റകൾ!

ആഘോഷം

വെളിച്ചത്തെ പ്രണയിച്ച്
വെന്തുചത്ത പാറ്റയുടെ
ചാവടിയന്തിരം
കൊണ്ടാടുന്നു ഉറുമ്പുകൾ!

ചതി

പ്രണയാന്വിതയായി
ചെരാതിലെ
ചെറുതിരിനാളം
ലാസ്യവതിയായി
മാടിവിളിച്ചു
മാറോട്ചേർത്തു പുല്കി
കരിച്ചു കളഞ്ഞല്ലോ
എൻ ചിറകുകൾ!

സ്വച്ഛ് ഭാരത്

വെടിപ്പോടെ ഒരു പരസ്യം മിന്നി മാഞ്ഞു!
എത്ര തുടച്ചിട്ടും രക്തക്കറ മാറാത്ത ഭൂപടത്തിൽ
കണ്ണടയും ഊന്നുവടിയും
ചിതറിത്തെറിച്ചു കിടക്കുന്നു!

മണി

മണി മുഴങ്ങുന്നു ചുറ്റും
അമ്പലങ്ങളിലും പള്ളികളിലും
മതം മാറാതെ ഇന്നു ജീവിക്കുന്നു.

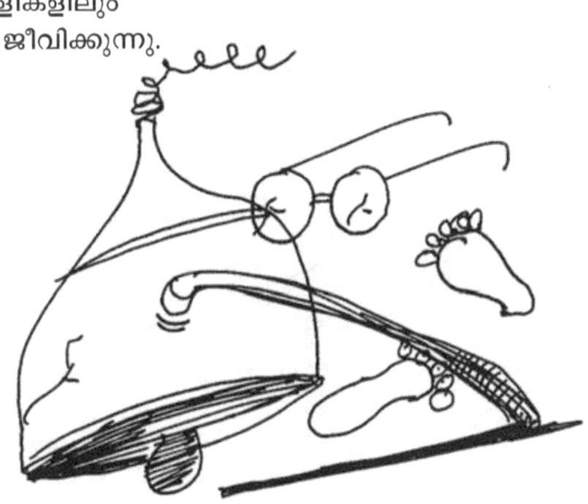

ചാരുകസേര

അച്ഛൻ മരിച്ചതിൽ പിന്നെ
ഒറ്റയ്ക്കായിപ്പോയ
ചാരുകസേര,
കരിമ്പനടിച്ച്
മുഷിഞ്ഞ തുണിയുമുടുത്ത്
തേങ്ങലുകളൊടുങ്ങാത്ത
തറവാട്ടുമ്മറത്ത്
കിടപ്പുണ്ട്
കൂട്ടിനാളില്ലാതെ....

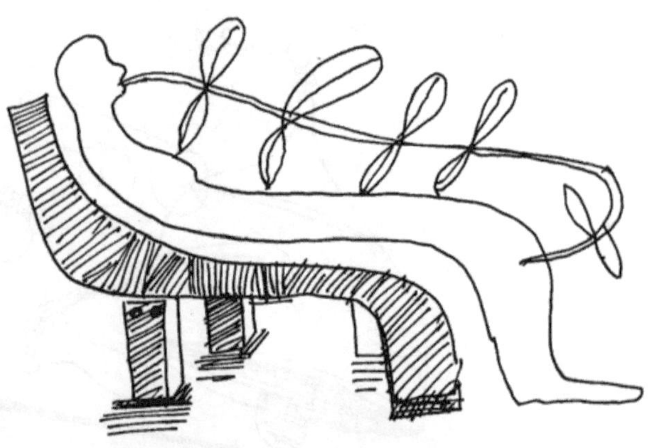

9 789387 842328

Printed by Libri Plureos GmbH in Hamburg, Germany